Norma Samuelson

Pangarap ni Emma

Buod: Nawalan ng nanay ang batang si Emma. Napapunta siya sa isang bahay ampunan at siya ay laging nananabik para sa kanyang sariling pamilya. Matapos ang pagdalaw ni Ginoong (G.) Peter at mga kuwento ng ibang ulilang inampon na, nagsimula na siyang mangarap tungkol sa kanyang magiging sariling pamilya. Sa pamamagitan ng kanyang mga pag guhit ng mga larawan, lalong naging makatutuhanan ang kanyang pangarap, hanggang sa araw na lisanin na niya ang ampunan na hawak ang mga kamay ng kanyang bagong mga magulang.

Norma Samuelson
Pangarap ni Emma

Mga Pasalamat

Sa bawat bata sa bahay ampunang, "Casa de la Esperanza" sa Mehico, maraming salamat sa pagbahagi ng inyong mga tawa, luha, pangarap, at pagasa sa akin.

Sa lahat ng tagapag-alaga sa buong mundo, salamat sa inyong pagmamahal at kabaitan.

Sa akin mahal na kapatid na si Beatrice, na nakangiti mula sa langit, salamat sa pagiging inspirasyon ko. Maraming salamat rin kay Dr. Niels Peter Rygaard, pangunahing mananaliksik at ang nagtatag ng "Fairstart", para sa inspirasyon sa likod ng aklat na ito, at sa pagpapahintulot sa akin na maging bahagi ng magandang paglalakbay na ito sa pamamagitan ng pagtulong sa mga higit na nangangailangan.

ISBN: 978-1-7329192-9-7
karapatang magpalathala 2022 ni Norma Samuelson. / Editor ng Disenyo: Pupilo.com.mx / Isinalin sa Tagalog/Pilipino ni Peachy Cipriano Ebalo

Ang aklat na ito ay nakatuon sa 150+ milyong bata sa ating mundo na nawalay sa kanilang mga magulang o nawalan ng mahal sa buhay.

Ang batang si Emma ay sumilip sa pinto, naghihintay sa parating na bisita. Nakatira siya sa malayong kagubatan, kasama ang anim pang bata sa Bahay Pagasa (Hope House). Inaalagaan sila ni Binibining (Bb.) Beatrice dahil sila ay walang mga magulang.

"Sana ay mayroon nang umampon sa akin," sabi ni Emma.
"Huwag kang mag aksaya ng panalangin," sagot ng iba.
Lalo siyang umiyak.

Niyakap siya ni Bb. Beatrice at tinuyo ang mga luha ni Emma, gamit ang kanyand apron. At sabi niya,
"huwag kang mawalan ng pagasa, Emma. Ipinapangako ko, hindi ka mananatili dito habang buhay. Balang araw, magkakaroon ka rin ng sariling pamilya."
"Magisa lang ako. Nasa langit na ang asking nanay." Pahikbing sinabi ni Emma.
"kasama ka namin at lahat tayo dito ay isang pamilya." Buong pagmamahal na sinabi ni Bb. Beatrice.

"Hindi!" Padabog na sinabi ni Emma. "Hindi ko ito pamilya!"
Pagkatapos ay tumakbo siya sa hapag kainan at iginuhit ang
larawan ng nais niyang pamilya.

Idiniin ang kayang ilong sa malamig na bintana at pabulong na sinabi,
"Ipakikita ko sa bisita ang nais kong pamilya"

"Pasayahin natin ang kalungkutan ng matamis na panghimagas!" Sabi ni Bb. Beatrice. Mabilis na pumila ang iba pang bata.

≥Ding, Dong≥
Tumakbo si Emma patungo sa pintuan. "May isang matandang lalaki
na may dalang pusa at isang maliit na kahon." Ang sabi niya.

Lumapit si Bb. Beatrice, "Magandang gabi, G. Peter!"
"Napakasaya na narito ako," sagot ng mabutihing ginoo.

"Mga bata, nandito si G. Peter na kaibigan ng Bahay Pagasa" ang
pahayag ni Bb. Beatrice.
"Kamusta po kayo, G. Peter," sabay-sabay na sinabi ng mga bata.

≥Meow, meow≤ ang sabi ng pusa.

"Ang gandang pusa, mayroon akong katulad niya dati! Ano ang
pangalan niya?" Tanong ni Emma.
"Dexter," sagot ni G. Peter.
"May nanay ba siya?" Pasimangot na tanong ni Emma.
"Wala," malumanay na sagot ni G. Peter.
"Nais nyo bang marinig ang kwento ni Dexter?"
"Oo," sagot ng mga bata.

Umupo si G. Peter sa tabi ng pugon. Nagtipon-tipon sa harap niya ang mga bata.

"Isang malamig na gabi," panimula niya, "Nakarinig ako ng kakaibang kaluskos sa labas ng pintuan. Ito ay isang pusang nanginginig sa lamig at sa gutom. Pinapapasok ko siya ngunit tumakbo siya patungo sa dilim."

Hinaplos ni Emma ang pusa. "Kawawang Dexter, kailangan niya ang kanyang nanay." "Oo," sagot ni G. Peter. "Araw-araw naglalagay ako ng pagkain sa may pintuan. Kumakain siya ngunit hindi siya pumapasok. Patuloy akong nagsikap. Isang araw, nagkaroon siya ng sapat na lakas ng loob, at pumasok at nagsiyasat sa loob ng bahay. Mula noon, siya ay nanatiling kasama ko at lumaki na siya ng tatlong beses."

"Dexter, malaki at masaya ka na, dahil sa iyong bagong pamilya!,"
sabi ni Emma.

Kinuha niya ang larawang iginuhit at sabi niya, "tignan mo, G. Peter, ito ang nais kong pamilya!"
"Ang ganda!" Sagot ni G. Peter. "Tutulungan ka naming makahanap ng pamilyang tulad niyan!"
"Hindi na akong magkakaroon ng pamilya muli." Sagot ni Emma.

Lumapit si G. Peter kay Emma at sinabing, "Tumira ako sa isang bahay ampunan tulad nito kasama ang ibang mga batang walang mga magulang."
"Bakit?" tanong ni Emma.

"Noong ako ay kasing idad mo, nagkasakit ng malubha ang nanay ko. Kinailangan kunin siya ng ambulansya at hindi na siya bumalik. Ito ay nagdulot ng malaking puwang sa akin puso."

Nanlaki ang mga mata ni Emma. "Iyan ang nararamdaman ko! Nasa langit na rin ang nanay ko!"

"Nagkaroon ka na ba ng pamilya?" Tanong niya.
"Oo, at pati na rin ang mga kaibigan ko!"
"Lahat kami ay lumaki at tumulong sa mga batang tulad mo!"

"Lahat ba sila ay nakahanap na ng pamilya?" Tanong ni Emma.
Binuksan ni G. Peter ang kahon na kahoy. "Oo. Narito ang mga larawan nila."

"Tutulungan mo ba akong maghanap ng pamilya?" tanong ni Emma.
"Oo!" patangong sagot ni G. Peter. "Makikipagtulungan ako kay Bb. Beatrice upang tulungan ang bawat isa sa inyo." "Bb. Beatrice, Salamat!," sabi ni Emma.

Tumunog ng ika-sampu ang lumang orasan.
"Kailangan ko nang umalis," sabi ni G. Peter. "Nais kong lagi ninyong lahat panatiliin ang inyong pagasa." "At ikaw, Emma, ipagpatuloy mo ang pag guhit ng larawan ng iyong pangarap na pamilya." Pagkatapos yakapin ang bawat bata, binuhat na ni G. Peter si Dexter at siya ay nagpaalam na.

Kinuha ni Emma ang kanyang mga iginuhit na larawan at idinikit ang mga ito sa tabi ng kanyang higaan. Siya ay gumuhit, at gumuhit, at gumuhit. Ang kanyang silid ay naging parang galerya ng sining. Bawat larawan ay nagdala ng bagong pagasa.

Makalipas ang ilang buwan, bumalik si G. Peter.

"Emma, iginuguhit mo pa ba ang pangarap mong pamilya?" tanong niya.

"Oo, halika at tignan mo! pahagikgik niyang sagot.

"Ang gaganda ng mga iginuhit mo! Mayroon akong sorpresa sa iyo" sabi niya. "Ano?" tanong ni Emma.

"Nais ng isang pamilya na makilala ka sa lalong madaling panahon" ang sabi niya.

≥kabog, kabog, kabog≤
Halos sumabog ang puso ni Emma.

"Mabait ba sila? Maiibigan ba nila ako?" tanong niya.

"Oo, at sila ang magiging pamilya mo." sagot ni G. Peter.

"katulad ng nanay ko?" tanong ni Emma.

"Tumpak!" sagot ni G. Peter.

Mga papel, lapis krayola -- hindi tumigil ng pagguhit ang mga kamay ni Emma. Ang kanyang puso ay handa ng pumutok! "Mayroon akong bagong pamilya, ang pamilyang nais ko!" sabi niya habang umiihip ng halik sa nanay niya sa langit.

Dumating na ang takdang araw upang makilala ang mga bagong magulang. Binihisan ni
Bb. Beatrice na parang prinsesa si Emma. Nagdiwang ang Bahay Pagasa! Kinuha ni Emma
ang kanyang mga ginuhit at binigay sa bawat bata, at sinabing,
"Balang araw ay magkakaroon rin kayo ng sarling pamilya."

Alam nyo ba...

Humigit-kumulang 153 milyong bata ay mga ulila*. Kung sila ay isang bansa, mas malaki pa sila kaysa sa Russia.

Mahigit 250 milyong bata ang naninirahan sa bansang apektado ng kaguluhan*. Ibig sabihin, isa (1) sa apat (4) ng mga bata sa mundo ay nakatira sa mga pook ng labanan at kalamidad.

263 milyong bata at kabataan ang hindi makapag-aral.**

69 milyong bata sa buong mundo ay dumaranas ng malnutrisyon***. natutulog silang gutom.

Isang-katlo ng populasyon ng mundo ay mga bata. Sila ay bumubuo sa halos kalahati ng lahat ng taong nabubuhay sa matinding kahirapan*.

Sa pinakamahirap na bansa, humigit-kumulang isa (1) sa apat (4) na bata ang gumagawa ng mabigat na gawain*. Ibig sabihin, nagtatrabaho sila tulad ng mga matatanda.

Pinagmulan: *UNICEF / **UNESCO / ***World Bank

Sa pakikipagtulungan sa sikologo ng mga bata na si Niels Peter Rygaard, sinanay ng may-akda ang mga kawani ng Casa Hogar "Casa de la Esperanza" sa Tijuana, Mehico, sa mga kasanayan sa kalidad ng pangangalaga. Ang kanyang edukasyon at programa sa pagsasanay ng mga kawani ay hatid ng fairstartfoundation.com, naitinatag ni Dr. Rygaard. Ang Fairstart Foundation ang nagtuturo sa mga kawani ng mga NGO at ahensya ng gobyerno sa buong mundo kung paano sanayin ang mga kawani ng bahay ampunan, pansamantalang bahay kalinga, at mga propesyonal sa pangangalaga ukol sa mga bata at kabataang lumaking walang mga magulang.

www.ingramcontent.com/pod-product-compliance
Lightning Source LLC
Chambersburg PA
CBHW042107090426

42811CB00018B/1873